Những Món Quà Của Asti

Thậm chí ở đây, trên sân thượng đen kịt trước nơi ẩn cư trong núi bị lãng quên của asti , có thể ngửi thấy mùi hôi thối của memphir đang cháy , để tưởng tượng rằng gió bình minh thổi lên từ thành phố bị cướp bóc, tiếng kêu thảm thiết yếu ớt của những kẻ man rợ của klem bị săn đuổi đến chết kéo dài của họ. Thực sự đã đến lúc phải rời đi—

Varta , những trinh nữ cuối cùng của asti , rùng mình. Sinh vật có vảy và quăn queo đang nép mình bên đùi cô quay đầu bò sát của mình để đôi mắt vàng bắt gặp cặp mắt xanh ngọc đang nghiêng ở một góc mờ khiêu khích trên khuôn mặt ngọc ngà mịn màng của cô.

"chúng tôi đi-?"

Cô ấy gật đầu trả lời cho câu hỏi không có hồi hộp mà nó đã gửi vào não cô, và quay về phía hang động tối tăm, nơi ở cuối cùng của asti . Một lần, hơn một nghìn năm trước khi các bức tường của memphir còn trẻ, asti đã sống giữa những người đàn ông bên dưới. Nhưng trong sự giàu có và mềm mại vốn đang buôn bán memphir , đế chế của các đế chế, asti không tìm thấy chỗ đứng. Vì vậy anh ta và những người phục vụ anh ta đã rút đến mỏm núi này. Và cô ấy, varta , là người cuối cùng, người cuối cùng quỳ gối trước đền thờ của asti và cất giọng trong bài thánh ca bình minh —

vì tôi, cũng như tất cả chủng tộc của anh ấy, đều bị câm.

Ngay cả chiến lợi phẩm của memphir cũng sẽ không chê trách những chiến binh đầu xù đã xông vào cổng của cô ngày nay. Cầu thang dẫn đến đền thờ của asti đủ để nhìn thấy và sẽ có những người viết luận về việc leo dốc với hy vọng tìm thấy một kho báu không tồn tại. Vì asti là một vị thần khắc khổ, thích thú với những bức tường đơn sơ và bàn thờ trần. Linh mục cuối cùng của ông đã ở trong các hốc mộ trong ba năm này, sẽ không có ai giữ được cánh cổng đó chống lại những kẻ xâm nhập.

Varta đi qua giữa những cây cột cao, không có rãnh, ẩn nấp bên cạnh cô, bờm xương sống của anh dựng lên, móng vuốt trên bàn chân trước nhấp vào đá theo nhịp điệu ổn định. Vì vậy họ đi vào ngôi đền trong cùng của asti và ở đó varta đã làm lễ phục tùng một cách duyên dáng đối với hình tượng vĩ đại mặc áo choàng và bò đang ngự trị, đôi mắt ẩn của nó tập trung vào bàn tay đang chìa ra của chính mình.

Và trên lòng bàn phẳng của bàn tay rộng treo lơ lửng trong không gian bóng mặt trời màu cam-đỏ tròn đó là đôi để ánh nắng mặt trời mà
thắp erb . Xung quanh mặt trời thu nhỏ xoay quanh quỹ đạo của chúng, bốn thế giới của hệ thống, mỗi thế giới tuân theo quy luật không gian, ngay cả những hành tinh mà chúng đại diện.

" memphir đã rơi," giọng nói của varta nghe réo rắt bên tai cô. Cô đã hiếm khi nói như vậy trong những tháng cô đơn vừa qua. "cái ác đã trỗi dậy để áp đảo thế giới của chúng ta, ngay cả như nó đã được tiên tri trong những tiết lộ của bạn, o, người cai trị thế giới và người tạo ra số phận. Vì vậy, tuân theo mệnh lệnh cũ, tôi sẽ rời khỏi nhà này, ngôi nhà của bạn. Làm khổ tôi bây giờ để tuân thủ luật pháp— "

Ba lần cô phủ phục thân hình mảnh mai của mình trên những phiến đá dưới chân ghế phán xét của asti . Rồi cô ấy trỗi dậy và với niềm tin tưởng của một đứa trẻ vào cha của nó, cô ấy đặt lòng bàn tay lên trên bàn tay dang rộng của asti . Bên dưới da thịt cô, tảng đá không lạnh và cứng, mà dường như có một sức nóng bên trong, thậm chí có thể như bàn tay con người. Cô đứng một lúc lâu rồi đưa tay lên từ từ, cẩn thận, như thể cô đang ôm lấy một thứ gì đó quý giá trong lòng bàn tay.

Và, khi cô ấy rút tay ra khỏi sự nắm bắt của asti , mặt trời nhỏ bé và các hành tinh của nó quay theo, giờ quay trên lòng bàn tay của cô ấy như chúng ở phía trên bức tượng. Nhưng từ hình dáng thu nhỏ, một số đức tính đã ra đi cùng với sự ra đi của hệ mặt trời thu nhỏ; nó bây giờ chỉ là một chạm khắc trên đá. Và varta không nhìn nó lần nữa khi cô đi qua phía sau đống lớn của nó để tìm kiếm một vị trí nhất định trong bức tường đền thờ, cô biết đến khi đọc nhiều ghi chép cũ.

Sau khi tìm thấy viên đá cô tìm kiếm, cô di chuyển bàn tay của mình theo một hình mẫu nhất định trước nó để ánh sáng yếu ớt tỏa ra từ mặt trời nhỏ, lấp lánh trên màu xám của bức tường. Có một cái lưới, như từ kim loại lâu ngày không được sử dụng, và một khối rơi trở lại, mở ra một cánh cửa hẹp cho họ.

Trước khi cô bước vào trong, nữ tu sĩ đã đưa tay lên trên đầu và khi cô rút tay ra, mặt trời và các hành tinh vẫn tạo thành một dải ngay trên phần bện phức tạp của mái tóc đỏ xỉn của cô. Khi cô đi vào con đường bí mật, năm quả cầu xoay theo cô, và trong bóng tối ở đó, mặt trời rực rỡ rực rỡ, phát ra ánh sáng dẫn đường cho chân họ.

Họ đang ở trên cùng của một cầu thang và tiếng kêu rỗng của đá khi nó di chuyển trở lại vị trí phía sau họ vang vọng qua một cái vịnh dường như vô tận. Nhưng điều đó cũng đúng như biên niên sử đã nói và varta không hề sợ hãi.

Họ đã đi bao lâu vào trong núi và xa hơn nữa là vào tử cung của chính erb , varta không bao giờ biết được. Nhưng, khi đôi chân mỏi nhừ và cô biết cơn đói thực sự, họ đi vào một lối đi kết thúc bằng một căn phòng rỗng bằng đá rắn. Và ở đó, được cất giữ trong chiếc rương mà những người đàn ông sinh ra trong thời trẻ của memphir đã đặt chúng, varta tìm thấy thứ sẽ giữ cô an toàn trên con đường cô phải đi. Cô ấy bỏ những tấm lụa mịn sang một bên, bức tranh đính đá quý, vốn là biểu tượng của sự phục vụ của asti và vẽ lên cơ thể trần truồng của mình một bộ đồ da vảy, được đính đá quý và lấp lánh dưới tia nắng nhỏ. Có một chiếc mũ trùm để che toàn bộ đầu, găng tay có móng cho bàn tay, có màng, những tấm phủ có móng vuốt cho bàn chân — như thể da của một con thằn lằn giống người khổng lồ đã được thuộc da và tạo kiểu cho bộ đồ này. Và varta nghi ngờ điều đó có thể là như vậy - thế giới của erb không phải lúc nào cũng chỉ do loài người nắm giữ.

Ở đây cũng có các nguồn cung cấp, nằm nguyên trong những thùng chứa vô hồn bên trong một cái túi da thằn lằn. Varta chạm vào lưỡi của mình mà không sợ hãi trước một chất phục hồi dạng bột, chia sẻ nó với lur, người có làn da được gửi thư của chính mình sẽ bảo vệ anh ta qua những nguy hiểm sắp tới.

Cô gấp lại chiếc vương giả mà cô đã lột ra và đặt nó vào trong rương, làm phẳng nó một cách tiếc nuối trước khi cô đánh rơi cái nắp với màu sắc lung linh của nó. Không bao giờ người hầu của asti lại mặc những thứ mềm mại như lông của anh ta. Nhưng cô ấy đủ kiên quyết khi cầm túi thức ăn và sải bước về phía trước, đi ra khỏi khoang chứa dây vào một lối hẹp, đó là một lối tự nhiên trong tảng đá không thể lay chuyển bởi các công cụ của con người.

Nhưng khi con đường đầy đá này kết thúc trên bờ vực của một hẻm núi, varta do dự, gài vào chốt họng của chiếc mũ bảo hiểm giống mũ trùm đầu của cô. Qua lớp pha lê mờ ảo trong lỗ mắt của nó, cô có thể nhìn thấy những mầm hơi màu vàng phun ra từ những kẽ hở trên bức tường đá mà cô phải leo xuống. Nếu những ghi chép của ngôi đền là sự thật, thì những luồng khí này là cái chết cho tất cả các sinh vật có phổi của thế giới thượng lưu. Cô chỉ có thể tin tưởng rằng sự xảo quyệt của chiếc mũ trùm đầu sẽ không làm cô thất vọng.

Những móng vuốt dài vừa với đầu ngón tay của găng tay, móng vuốt của tấm phủ chân có màng kẹp chặt vào mỗi lần nắm tay và chân, nhưng con đường đi xuống còn dài và cô nhận thấy một thông báo mệt mỏi từ chỗ ẩn nấp trước khi họ đến những tảng đá chất đống ở chân của vách đá. Những luồng khí bốc hơi ngùn ngụt đã trở thành một màn sương mù mà qua đó họ chậm rãi dò đường, theo một dấu vết dọc theo chân vách đá.

Thời gian không tồn tại trong thế giới ngầm của erb . Varta không biết liệu hôm nay có còn là ngày hôm nay, hay liệu cô đã đi vào ngày mai khi họ đến ngã tư đường. Cô cảm thấy bị áp sát vào mình, ép cô dựa lưng vào một tảng đá.

"có một điều sắp xảy ra -" thông điệp của anh rất rõ ràng.

Và trong một khoảnh khắc , cô ấy cũng nhìn thấy một quầng đen xuyên qua làn hơi. Nó di chuyển chậm rãi, dường như cân bằng ở mỗi bước như thể du lịch là một hành động đau đớn. Nhưng nó mang vững chắc về sự gặp gỡ của hai con đường.

"nó không phải là kẻ thù -" nhưng cô không cần sự trấn an đó từ ẩn. Rõ ràng là nó trông không có gì đe dọa.

Với một cái uốn éo cuối cùng của cơ thể vô duyên , sinh vật này ngồi xổm trên một tảng đá và vuốt chiếc áo khoác vụng về mà nó mang trên vai gầy trơ xương và cái đầu hình vòm. Hình ảnh nó lộ ra dài và xám, với đôi mắt thâm quầng và cái miệng há hốc, đầy răng nanh, không có môi.

"bạn là ai mà dám vượt qua những con đường bị lãng quên và đánh thức khỏi giấc ngủ của người bảo vệ của vực thẳm?"

Câu hỏi là một tiếng rên rỉ chói tai trong não cô, hai tay cô đưa ra để che tai—

" tôi là varta , thiếu nữ của asti . Memphir đã ngã xuống trước những kẻ man rợ của vùng đất bên ngoài và bây giờ tôi đi, như asti đã từng ra lệnh—."

Người giám hộ xem xét câu trả lời của cô ấy một cách nghiêm túc. Trong một móng vuốt của bộ xương, nó lần mò một cái que và với cái này, giờ nó đã lần theo dấu vết của một số biểu tượng trong bụi trước bàn chân có màng của varta . Khi nó đã xong, cô gái khom người và thay đổi hai trong số các đường chỉ với một cú đánh nhanh từ một trong những móng vuốt của mình. Sinh vật của vực sâu gật đầu cái đầu dị dạng của nó.

" asti không cai trị ở đây. Nhưng từ lâu, và rất lâu, và từ lâu đã có một hiệp ước được lập với chúng tôi nhân danh ông ấy. Hãy giải thoát khỏi chúng tôi, người phụ nữ của ánh sáng. Có hai con đường trước mặt bạn—."

Người giám hộ dừng lại quá lâu nên varta mới dám nhắc nó.

"họ dẫn đi đâu, người giám hộ của bóng tối?"

"điều này sẽ đưa bạn xuống đất nước của tôi," nó giật cần sang bên phải. "và cách đó là cái chết cho các sinh vật từ thế giới bề mặt. Cách khác — trong truyền thuyết cũ của chúng ta, người ta nói rằng sẽ đưa một người du hành vào thế giới thượng lưu. Sự thật về điều đó tôi không có bằng chứng."

"nhưng điều đó một tôi phải đi," cô ấy làm nhẹ lạy cuộc trò chuyện nhóm của xương và áo choàng ẩm ướt trên đá và nó nghiêng của nó đứng đầu trong lịch sự nghiêm trọng.

Với việc đẩy nhanh về phía trước một chút, cô ấy đi trên con đường chạy thẳng vào bóng tối che kín. Cô cũng không quay lại nhìn thứ từ thế giới thăm thẳm.

Họ bắt đầu leo trở lại, băng qua tảng đá trơn trượt nơi có những con đường mòn xấu xa của những thứ khác sống trong bóng tối ám ảnh này. Nhưng mặt trời của asti đã soi đường cho họ và có lẽ một số đức tính trong những tia sáng từ nó đã tránh xa những người tạo ra những con đường mòn như vậy.

Khi họ kéo mình lên một mỏm đá rộng, những móng vuốt trên đôi găng tay của varta đã bị mòn thành mảnh vụn và có một tia đau đớn trên cơ thể đau nhức của cô ấy. Lur nằm thở hổn hển bên cạnh nàng, chiếc lưỡi đỏ chót nhô ra khỏi khuôn miệng đầy bọt mép.

"chúng ta lại đi theo con đường của loài người", lur là người đầu tiên ghi nhận những dấu vết công cụ trên đá nơi họ nằm. "với ý chí của asti , cuối cùng chúng ta có thể chiến thắng khỏi mê cung này."

Vì không có dấu hiệu nào cho thấy varta hơi nước chết chóc dám cởi mũ trùm đầu và chia sẻ với người bạn đồng hành sức mạnh duy trì mà cô mang trong túi. Có một bầu không khí trong lành mà họ hít thở, ẩm ướt và lạnh lẽo, ám chỉ thế giới thượng lưu.

Gờ dốc lên trên, lúc đầu ở một góc dốc, sau đó nhẹ nhàng hơn. Lur trượt qua cô ấy và đâm đầu và vai qua một vết vỡ trên tảng đá. Nắm lấy gai cổ anh , cô cho phép anh kéo cô qua cái khe hẹp đó vào màn đêm đen mềm mại. Họ đã giảm xuống với nhau, varta của người đứng đầu pillowed đứng về phía mịn qsdđ, như vậy anh ngủ như mặt trời và thế giới của asti xoay protectingly ở trên chúng.

Một đôi cánh bay trong không khí trên đầu cô đánh thức varta . Một trong những sinh vật thằn lằn bay nhỏ, sáng như ngọc của rừng sâu đã sẵn sàng và lặn để điều tra kỹ hơn về thế giới của asti . Nhưng ở cánh tay nhô lên của varta, nó phát ra tiếng kêu thảm thiết và lao xuống đám cây cỏ bên dưới. Bởi ánh sáng mặt trời lấp lánh trên đá xung quanh họ ngày đã được nâng cao. Varta giật mạnh bờm của lur cho đến khi nó tỉnh lại.

Có một sự đều đặn đối với những tảng đá chồng chất xung quanh chỗ ngủ của họ, điều này ám chỉ rằng họ đã ở giữa những tàn tích do con người để lại. Nhưng ở bên này của dãy núi, cả hai đều không biết gì, vì sự cai trị của memphir đã không chạy ở đây.

"nhiều thứ đã chết trong quá khứ," lỗ mũi đỏ tươi của lur được mở rộng đến mức rộng nhất. "nhưng điều đó đã có từ lâu. Vùng đất này không còn do đàn ông nắm giữ."

Varta cười sảng khoái. "nếu ở đây không có đàn ông, thì sẽ không có đám man rợ nào tranh chấp quyền cai trị của chúng tôi. Asti đã đưa chúng tôi đến nơi an toàn. Chúng ta hãy xem thêm đất đai mà anh ấy cho chúng tôi."

Có một con đường dẫn xuống từ đống đổ nát, một con đường vẫn được tiếp tục bất chấp sự sụp đổ của vết trượt đất và vết nứt của thời gian. Và nó đưa họ vào một cốc màu xanh tươi, nơi mà sự xa hoa của việc gieo giống asti không bị con người kiểm soát. Varta háo hức chộp lấy những quả cầu màu đỏ như máu mà cô coi là món ngon được trồng trong vườn đền, trong khi ẩn nấp đi săn trong khu rừng rậm, ở đó ăn những con mồi dễ bị bắt đến mức bị đánh giá là không sợ hãi.

Con đường cao tốc nghẹt thở trong rừng rậm uốn cong và họ đột nhiên bị trước mặt bởi một sa mạc hoang vắng, một sa mạc bị phủ bởi xỉ thủy tinh khiến những tia nắng chói chang trở lại trong lò lửa. Varta che mắt và cố gắng nhìn thấy kết cục của việc này, nhưng, nếu có một vành màu xanh lá cây ở đằng xa, sự biến dạng nhiệt trong không khí đã che giấu nó.

Tôi đưa ra một cái chân trước để thử xỉ nhưng rút nó ra ngay lập tức.

"nó nấu chín thịt, chúng tôi không thể đi bộ ở đây," là phán quyết của ông.

Varta hất cằm sang trái nơi, cách đó một khoảng, bức tường núi song song với hướng đi của họ.

"sau đó chúng ta hãy tiếp tục đến khu rừng ở đó và xem liệu nó có không đưa đến được phía xa hay không. Nhưng điều gì đã tạo ra điều này—?" cô cúi xuống đống đồ thủy tinh, không dám chạm vào bề mặt trơn bóng.

"chiến tranh." lưỡi của tôi bắn ra để đâm một con bọ cánh cứng. "những người bị lãng quên này đã chiến đấu với những vũ khí đáng sợ."

"nhưng vũ khí nào có thể làm được điều này? Memphir không biết như vậy— ."

" memphir đã cũ. Nhưng mayhap có những người đã xây dựng các thành phố trên erb trước khi túp lều đầu tiên của memphir ngồi xổm trên bùn thủy triều. Con người quên đi kiến thức theo thời gian. Ngay cả trong memphir, các lãnh chúa của ngày cuối cùng cũng quên đi sự khôn ngoan của các nhà hiền triết trước đó của họ - họ gục ngã trước những kẻ man rợ đủ dễ dàng. "

"nếu có bao giờ đàn ông khôn ngoan để tạo ra thứ này - nó không phải là của asti ," cô tránh khỏi ánh mắt. "để chúng tôi đi."

Nhưng bây giờ họ phải chiến đấu vượt qua rừng rậm và thật khó khăn - cho đến khi họ chạm tới một rặng đá chạy ra khỏi núi khi một chiếc lưỡi thọc vào thung lũng bị nổ. Và cùng với đó, họ đã chọn con đường chậm của mình.

"có nước gần—," ý nghĩ của lur đáp lại mong muốn của cô gái. Cô liếm đôi môi khô khốc một cách thèm khát. "lối này -," người bạn đồng hành của cô đột ngột rẽ sang trái và varta nhanh chóng đuổi theo anh ta xuống một tảng đá trượt.

Bản năng của tôi đã đúng, như nó đã từng. Có nước trước họ, một cái hồ nhỏ. Nhưng ngay cả khi anh ta nhúng cái mõm đầy răng nanh của mình về phía bề mặt đầy mời gọi đó, thì cái đầu đầy gai của nó lại cương lên. Varta giật lại bàn tay cô đã đưa ra, nhìn chằm chằm vào hành động kỳ lạ của cô. Lỗ mũi của anh ta mở rộng hết cỡ, chiếc cổ dài của anh ta vươn ra, anh ta đang đung đưa đầu qua lại trên những cái cạn mềm mại.

"nó là gì-?"

"đây không phải là nước như chúng ta biết," người có vảy trả lời thẳng thừng. "nó có sự sống bên trong nó."

Varta cười. "cá, rắn nước, họ hàng xa của chính bạn, ẩn náu. Đó là mùi hương của chúng mà bạn bắt được—"

"không. Chính là nước sống - nhưng không sống -" suy nghĩ của anh rời xa cô khi anh đấu tranh với một số vấn đề. Không bộ não con người nào có thể theo dõi anh ta trừ khi anh ta muốn nó như vậy.

Varta ngồi xổm trên gót chân của mình và bắt đầu nhìn xuống mặt nước và sau đó nhìn vào bờ một cách cẩn thận hơn. Lần đầu tiên cô ghi nhận những mảng màu rực rỡ kỳ lạ trôi ngay dưới bề mặt chất lỏng. Xanh lam, xanh lục, vàng, đỏ thẫm, chúng trôi chầm chậm theo những con sóng nhỏ vỗ bờ. Nhưng chúng không còn sống, cô gần như chắc chắn về điều đó, chúng xuất hiện nhiều hơn một phần của chính nước.

Theo dõi chuyến đi của một mảng xanh, cô ấy bắt gặp cành cây. Đó là một chồi cây đang rủ xuống của cây hoa cải , cùng một cây nho đã sinh ra trái mà cô đã thích chưa đầy một giờ trước đó. Bên trên mặt nước lủng lẳng một chùm quả chín già với cùi ngọt căng da. Nhưng ở dưới mặt nước—

Hơi thở của varta rít lên giữa hai hàm răng của cô và đầu của cô quay cuồng khi anh bắt gặp suy nghĩ của cô.

Nhánh bên dưới mặt nước mang một vòng tròn hoàn hảo của những bông hoa màu xanh lá cây gần với đầu của nó, những bông hoa mà cây cỏ đã nở tự nhiên bảy tháng trước đó và lẽ ra từ lâu đã biến thành một thứ ngọt ngào như được treo ở trên.

Với gót chân ẩn nấp, cô gái nhích người xung quanh để kéo cành cây một cách thận trọng. Nó ngay lập tức nhượng bộ trước sự đụng chạm của cô, vung đầu ra khỏi hồ. Cô đánh hơi - có một mùi nước hoa uể oải trong không khí, nước hoa của loài hoa cải nở rộ . Cô đã kiểm tra những bông hoa một cách kỹ lưỡng, tất cả vẻ ngoài của chúng đều hoàn hảo và tự nhiên.

"nó được bảo tồn," ẩn náu trở lại bữa ăn trưa của mình và vẫy một bàn chân trước trên mặt nước yên tĩnh. "những gì đi vào nó vẫn còn nguyên như lúc mới vào."

"nhưng nếu đây là bảy tháng tuổi—"

"nó có thể được bảy tuổi," lur sửa. "làm sao bạn có thể biết được cành cây đó lần đầu tiên được nhúng xuống hồ khi nào? Tuy nhiên, những bông hoa vẫn không tàn lụi ngay cả khi rút khỏi mặt nước. Đây quả thực là một bí ẩn!"

"mà tôi sẽ biết nhiều hơn!" varta bỏ turbi và bắt đầu ra xung quanh rìa của hồ.

Hai lần nữa, họ tìm thấy bằng chứng tương tự về sự bảo quản trong hoa hoặc lá, bất cứ nơi nào nó được bao phủ bởi nước opaline.

Bản thân hồ là một vết chém dài và hẹp với một đầu cắt vào sa mạc thủy tinh trong khi đầu kia làm ướt chân núi. Và chính ở đó, trên sườn núi mà họ đã tìm thấy kỳ quan vĩ đại nhất của tất cả, họ đã ngửi nó trước khi họ nhìn thấy những gì còn lại trong những phiến đá.

"con người tạo ra," anh ta cảnh báo, "nhưng rất, rất cũ."

Và thực sự đống đổ nát mà họ gặp phải đã cũ, có lẽ còn cũ hơn memphir . Đối với phần nằm trên mặt nước gần như biến mất, những vết gỉ màu đỏ trên đá vạch ra nơi nó nằm. Nhưng dưới nước là một thân tàu màu bạc nhẵn bóng, sáng ngời và không bị ảnh hưởng bởi năm tháng. Varta đặt tay lên một mảnh vụn hồng hào giữa hai tảng đá và nó trở thành một lớp bụi bột. Tuy nhiên — một vài feet bên dưới là kim loại chắc chắn!

Lur độn dọc theo mảnh vụn của bờ biển khảo sát điều.

"đó là một cỗ máy mà đàn ông đi du lịch," suy nghĩ của anh nảy sinh trong cô. "nhưng họ không phải là người của memphir . Có lẽ thậm chí không phải là con trai của erb -"

"không phải như con trai của erb !" sự ngạc nhiên của cô ấy vỡ òa trong bài phát biểu cởi mở.

Cổ của tôi vặn vẹo khi anh nhìn lên cô. "có phải những người đàn ông của erb , ngay cả trong biên niên sử cũ đã chiến đấu với những vũ khí như sẽ tạo nên một sa mạc thủy tinh không? Có những thế giới khác ngoài erb , mayhap điều kỳ lạ này là một con tàu trên bầu trời từ một thế giới như vậy. Mọi thứ đều có thể xảy ra bởi ý chí của asti . "

Varta gật đầu. "tất cả mọi thứ đều có thể thực hiện được bởi ý chí của asti ," cô ấy lặp lại. "nhưng, lur," đôi mắt cô tròn xoe đầy ngạc nhiên, "có lẽ đó là ý muốn của asti đã đưa chúng tôi đến đây để tìm thấy điều kỳ diệu này! Có lẽ anh ấy có ích cho chúng tôi và nó!"

"ít nhất chúng ta có thể khám phá những gì nằm bên trong nó," lur đã có những chia sẻ tò mò của riêng mình.

"làm thế nào? Hai chúng ta không thể rút ra khỏi nước!"

"không, nhưng chúng ta có thể vào đó!"

Varta vuốt những nếp gấp của chiếc mũ trùm lên vai cô. Cô biết ẩn ý của nó, bộ đồ đã bảo vệ cô trong thế giới ngầm không thấm vào mọi thứ bên ngoài bề mặt của nó — hoặc với mọi chất mà người chế tạo ra nó biết — cũng như lớp da ẩn của chính mình khiến da thịt của cậu không thể xuyên thủng. Nhưng những người làm thời trang cho bộ đồ của cô ấy có lẽ chưa bao giờ biết đến hồ sống và điều gì sẽ xảy ra nếu cô ấy không có khả năng phòng vệ trước những đặc tính kỳ lạ của nước?

Cô ấy dựa lưng vào một tảng đá. Trên cao thế giới và mặt trời của asti vẫn đi trên con đường đã định của họ. Thế giới của asti ! Nếu đó là ý chí của anh ấy đã đưa họ đến đây, thì sức mạnh của asti sẽ bao bọc cô ấy một cách an toàn. Bởi mình sẽ cô đã đi ra khỏi memphir qua cách không nhân lực của erb đã trod bao giờ hết. Cô có thể nghi ngờ rằng sự bảo vệ của anh ta đang ở bên cô bây giờ?

Chỉ mất một lúc để cố định đôi giày có màng, kéo và buộc mũ trùm đầu, thắt chặt khóa găng tay của cô. Rồi cô rón rén đi tới, rùng mình khi nước dâng lên đến mắt cá chân. Nhưng lại bị đẩy tới trước mặt cô, đầu anh ta biến mất một cách đáng sợ dưới bề mặt khi anh ta trườn qua khe hở lởm chởm ở con tàu bên dưới.

Những động cơ bị đập nát vốn chẳng có ý nghĩa gì trong mắt cô đã chiếm gần hết phần vỡ của xác tàu. Không có kim loại nào cho thấy có bất kỳ sự suy giảm nào ngoài mức đã xảy ra tại thời điểm va chạm. Dưới bàn tay khám phá của cô, nó chắc chắn và nguyên vẹn.

Tôi đang kéo một cánh cửa nhỏ bị che khuất một nửa bởi một đống dây và tấm xoắn và, ngay khi varta trườn qua chướng ngại vật này để tham gia cùng anh ta, rào cản đã nhường chỗ cho họ chui vào nơi từng là nơi sinh sống của con tàu .

Varta được công nhận chỗ ngồi, một cái bàn và những thứ khác của đồ nội thất thực dụng. Nhưng của những người đã từng ở nhà đó, không còn dấu vết. Lur, sau khi liếc nhìn đồ đạc, đang lảng vảng về phía cuối cabin một cách không chắc chắn, và bây giờ anh ta nói lên sự bất an của mình.

"có một cái gì đó bên ngoài, một cái gì đó đã từng có cuộc sống—"

Varta đông đúc đến anh ta. Trước mắt cô, bức tường dường như không có một kẽ hở nào, vậy mà anh ta vẫn đang cẩn thận lướt bàn chân trước rộng của mình lên đó, thỉnh thoảng ném sức nặng của mình xuống bề mặt nhẵn.

"không có cửa -" cô nghi ngờ chỉ ra.

"không có cửa — à — ở đây—" lần đầu tiên có lẽ lần đầu tiên trong cuộc đời được che chở ở đền thờ, những móng vuốt chiến đấu ghê gớm của chúng đã được tháo vỏ và cố gắng biến chúng thành một đường nứt nhỏ. Cơ bắp của chân trước và phần tư nổi bật dưới lớp vảy của anh ta, răng nanh để trần khi môi anh ta ngoạm lại với nỗ lực.

Một cái gì đó đã cho, một đường đen mỏng xuất hiện để đánh dấu các cạnh của một cánh cửa. Thì thời gian, hoặc sức mạnh của lur đã phá vỡ cơ chế khóa cổ xưa. Cánh cửa đột ngột phát ra đến nỗi cả hai đều bị đẩy lùi về phía sau một cách đau đớn và hơi thở của tôi bùng lên từ anh trong một bong bóng lớn.

Ngăn kín không nhiều hơn một cái tủ nhưng nó đã đầy. Dựa vào bức tường là một sinh vật bốn chi có hình dạng bị bóp chết trong một bộ đồ cồng kềnh đến mức varta chỉ có thể đoán rằng nó có hình dạng giống như hình dạng của mình. Vòng kim loại khóa chặt nó vào tường, nhưng đầu đã đổ về phía trước để khuôn mặt trong mũ bảo hiểm bị che khuất.

Từ từ cô gái cho nước ngập trong cabin và đưa tay về phía chiếc mũ bảo hiểm đang cúi đầu của tù nhân. Một cách thận trọng, những móng vuốt cùn của cô cào qua kim loại, cô kéo nó lên ngang tầm mắt.

Đôi mắt của người đứng trong bộ đồ nhắm lại, như thể đang ngủ, nhưng có một sắc thái ấm áp, khỏe mạnh trên làn da màu đồng, rất khác biệt với màu xanh xao của chính cô ấy. Phần còn lại, tù nhân có hai mắt, mũi chính giữa, miệng có hình dạng phù hợp thường thấy ở những người đàn ông sai lầm . Tóc mọc trên đầu, đen và dày và có một cái bóng mờ của bộ râu trên quai hàm.

"đây là một người đàn ông -" ý nghĩ của cô mơ hồ.

"tại sao không? Bạn có mong đợi một con rắn không? Thật tiếc là nó đã chết—"

Varta cảm thấy một làn sóng ấm áp dâng cao trong cổ họng để trả lời câu hỏi nửa trêu chọc đó. Có những lúc, việc đọc suy nghĩ của lur thật khó chịu, anh ấy đã đứng dậy bằng hai chân sau để có thể nhìn vào cái vỏ chứa tìm kiếm của họ.

"vâng, rất tiếc," anh lặp lại. "nhưng-"

Hình ảnh của những bông hoa turbi quét qua tâm trí cô. Tôi đã gợi ý điều đó, hay ý nghĩ hoang đường đó là của riêng cô? Chỉ có con tàu này là quá cũ - rất cũ!

Lưỡi đỏ của lur búng nhẹ. "cố gắng cũng chẳng có hại gì -" anh gợi ý một cách ranh mãnh và đặt móng vuốt của mình vào vòng giữ cổ tay phải của người bị giam cầm, kiểm tra sức mạnh của nó.

"nhưng kim loại trên bờ, nó vỡ vụn thành bột khi tôi chạm vào -" cô phản đối. "điều gì sẽ xảy ra nếu chúng ta mang anh ta ra ngoài chỉ để có - để có -" tâm trí cô rùng mình khỏi bức tranh sau đó.

" hoa turbi có tàn khi kéo ra không?" phản lur. "có một bí mật cho những mối quan hệ chặt chẽ này -" anh ta rút ra và sốt ruột.

Varta đã cố gắng giúp đỡ nhưng ngay cả sức mạnh đoàn kết của họ cũng vô ích trước lực lượng giữ các vòng lặp tại chỗ. Thở không ra hơi, cô gái dựa lưng vào tường cabin trong khi nằm yên trên đống đồ ăn trưa. Một trong những mảng màu kỳ lạ trôi đi, màu đỏ tươi sống động của nó giống như một viên ngọc quý đang lười biếng quay lên trên. Đôi mắt của varta dõi theo sự trôi dạt của nó và như vậy được hướng dẫn đến những gì cô đã quên, thế giới của asti .

" asti !"

Tôi cũng đang nhìn lên.

"sức mạnh của asti !"

Bàn tay của varta đưa lên, để yên một lúc lâu dưới ánh mặt trời rồi kéo nó xuống, cẩn thận, chậm rãi, như cô ấy đã làm trong đền thờ của memphir . Sau đó cô ấy bước về phía bị giam cầm. Trong chiếc mũ trùm đầu của cô ấy có một làn hơi ấm bao quanh môi cô ấy, một nhịp đập như sấm sét trên thái dương của cô ấy. Đây là một điều đáng sợ để thử.

Cô ấy giữ mặt trời trên một đường dây bằng một trong những sợi dây buộc ở cổ tay, cô ấy phải tránh phần thịt bị nó giam cầm, vì sức mạnh của asti có thể giết chết.

Từ mặt trời ở đó bắn ra một chùm tia màu đỏ cam chiếu vào toàn bộ kim loại. Một đường mỏng màu đỏ len lỏi trên cái vòng nhẫn, len lỏi và mở rộng. Varta giơ tay lên, làm cho mặt trời quay tròn và móng vuốt của nó kéo trên kim loại. Nó gãy như khúc gỗ mục nát trong tay anh.

Cô gái hơi thở hổn hển vì nửa phần kinh hãi. Thì truyền thuyết xưa đã đúng! Là nữ tư tế của asti, cô ấy kiểm soát sức mạnh quá lớn để đoán. Cô nhanh chóng nới lỏng các vòng khác và khôi phục mặt trời và các thế giới về vị trí của chúng trên đầu khi kẻ bị giam cầm lao qua ngưỡng cửa phòng giam của hắn.

Giằng co và căng thẳng họ đưa anh ta ra khỏi con tàu bị hỏng trong ánh sáng mặt trời của erb . Varta tung mũ trùm đầu lại và hít thở sâu bầu không khí không được tạo ra bởi phù thủy của da thằn lằn và ngồi thở hổn hển, lỗ mũi mở ra. Chính là hắn do thám suối nước trên sườn núi bên trên, một dòng nước suối không bị sinh khí kỳ dị hồ nước xâm nhập. Cả hai kéo nhau đến đó uống say.

Varta trở lại bờ hồ một cách miễn cưỡng. Trong lòng cô tin rằng người đàn ông mà họ đưa từ con tàu đã thực sự chết. Tôi có thể giữ lời hứa về những bông hoa, nhưng đây là một người đàn ông và anh ta đã chìm trong nước trong vô số tuổi—

Vì vậy cô ấy đã đi với những bước chậm trễ, để thấy mình bận rộn. Anh ta đã giải được bí ẩn về bộ đồ không gian và đã lột nó ra khỏi ẩn số. Bây giờ bàn chân có móng vuốt của anh ấy đặt nhẹ lên bộ ngực thanh và anh ấy quay sang varta một cách háo hức.

"đây là cuộc sống-"

Hầu như không dám tin vào điều đó, cô thả xuống bên cạnh và chạm vào giải thưởng của họ. Lur đã đúng, da thịt ấm áp và cô đã bắt được nhịp thở yếu ớt của hơi thở nông. Nửa nhớ những câu chuyện cũ, cô đặt tay lên vòm của xương sườn dưới và bắt đầu hỗ trợ nhịp điệu đó. Hơi thở sâu hơn—

Sau đó người đàn ông quay một nửa, cánh tay của anh ta di chuyển. Varta và lur đã rút lui. Lần đầu tiên cô gái thăm dò nhẹ nhàng tâm trí đang ngủ say trước mặt mình — ngay cả khi cô ấy đã đọc được suy nghĩ của một số ít memphir đã lên chùa trong những ngày cuối cùng.

Phần lớn những gì cô đọc bây giờ đã nhầm lẫn hoặc lâu hơn xa lạ với erb rằng nó không có ý nghĩa cho cô ấy. Nhưng cô nhìn thấy một thành phố vĩ đại chìm trong cái chết rực lửa ngay lập tức và cảm thấy sự kinh hoàng và hối hận của người đàn ông dưới chân cô vì phần của anh ta trong hành động đó, nỗi kinh hoàng và hối hận đã khiến anh ta mở cuộc nổi loạn và vì vậy anh ta bị bỏ tù . Ký ức cuối cùng đen tối và đáng sợ về cánh cửa ánh sáng và hy vọng đóng lại—

Người đàn ông không gian rên rỉ nhẹ nhàng và khom vai như thể anh ta đấu tranh vô ích để xé ra khỏi mối ràng buộc.

"anh ta nghĩ rằng anh ta vẫn còn là tù nhân," lur quan sát. "đối với anh ấy, cuộc sống bắt đầu vào thời điểm nó kết thúc - ngay cả khi nó đã xảy ra đối với những bông hoa turbi . Hãy xem - bây giờ anh ấy đã thức tỉnh."

Mí mắt từ từ nâng lên, như thể người đàn ông ghét phải nhìn thấy những gì anh ta phải nhìn. Sau đó, khi nhìn thấy varta và ẩn nấp , mắt anh ta mở to. Anh đứng dậy và bàng hoàng nhìn xung quanh, dùng nắm đấm đánh ra một cách điên cuồng. Bắt gặp bộ quần áo vụng về mà người ta đã lấy ra từ anh, anh kéo nó, nhìn hai người trước mặt như thể anh sợ bị tấn công.

Varta quay sang lur để được giúp đỡ. Cô ấy có thể đọc được suy nghĩ và sử dụng cách nói không lời của lur. Nhưng người của ông đã biết nghệ thuật giao tiếp như vậy rất lâu trước khi vị linh mục đầu tiên của asti tình cờ phát hiện ra bí mật của họ. Hãy để yên lặng bây giờ vùng ngoại ô này.

Một cách tế nhị tìm cách đi vào tâm trí người kia, xoáy vào những lối suy nghĩ xa lạ đối với anh ta. Thậm chí varta không thể làm theo các subtile sóng đã sai trong việc kiểm tra nhanh chóng và trinh sát, cũng không phải cô có thể hiểu tất cả các cuộc nói chuyện mà kết quả. Vì người đàn ông trên con tàu cổ đại đã trả lời bằng giọng nói lớn tiếng, những âm thanh gay gắt vô nghĩa. Chỉ sau nhiều lần chỉ dẫn từ ẩn, anh ta mới bắt đầu ghi lại những thông điệp của mình trong tâm trí, một cách vụng về và rời rạc.

Hình ảnh về một thế giới khác, một hệ mặt trời khác, bắt đầu trở nên rõ ràng hơn khi con người không gian trở nên ở nhà hơn trong cách giao tiếp mới. Ông là một trong một cuộc đua đã đến erb từ xa các ngôi sao và phát hiện ra nó là một thế giới không có đời sống con người: vì vậy họ đã thành lập thuộc địa và xây dựng thành phố-xa vĩ đại khác nhau từ memphir -và đã sống hạnh phúc trong nhiều thế kỷ của thời gian riêng của họ .

Sau đó trên hành tinh xa xôi nơi họ sinh ra đã bắt đầu một cuộc chiến tranh lớn, một cuộc chiến mang lại cái chết rực lửa cho tất cả thế giới đó. Những người sống sót sau trận chiến cuối cùng ngoài không gian đã chạy trốn đến các thuộc địa trên erb . Nhưng trong số này có những người điên cuồng vì cái chết của thế giới của họ, và những người này đã làm nổ tung các thành phố của những kẻ khốn nạn , nói rằng đồng loại của họ phải bị xóa sổ.

Người đàn ông mà họ đã giải cứu đã chống lại một nhà lãnh đạo điên cuồng như vậy và đã bị bỏ tù ngay trước một cuộc tấn công vào các thành phố lớn nhất của thuộc địa. Sau đó anh không nhớ gì nữa.

Varta ngừng cố gắng theo dõi cuộc trò chuyện — bây giờ tôi chỉ giải thích cách họ đã tìm thấy người đàn ông không gian và đưa anh ta ra khỏi con tàu bị đắm. Không có con người trên erb , điều này đã nói, và không có người của riêng cô ấy, những người đã xây dựng memphir ? Và những kẻ man rợ, kẻ tàn nhẫn và độc ác như chúng có vẻ theo tiêu chuẩn của memphir , thực sự là đàn ông? Vậy họ đã đến từ lúc nào, những người đàn ông của memphir và tổ tiên của đám man rợ? Tay cô chạm vào làn da đóng vảy của bộ đồ cô vẫn mặc và sau đó xoa khắp da thịt mịn màng của chính mình. Lẽ nào người này đến từ người kia, cô ấy có mang dòng máu và di sản của linh hồn?

"không phải vậy!" tâm trí của tôi, nhanh như cái lưỡi le lói của anh ta, đã bắt được ý nghĩ sinh ra hoảng sợ đó. "bạn mang dòng máu của kẻ lang thang không gian này. Những người đàn ông từ các thuộc địa riven chắc chắn đã trốn thoát đến nơi an toàn. Hãy nhìn người đàn ông này, anh ta không giống những người đàn ông của memphir — như họ đã ở trong những ngày xa xưa của sự vĩ đại của thành phố?"

Người lạ cao, cao hơn những người đàn ông của memphir và có một sự cứng rắn nhất định về anh ta mà những cư dân thành phố dễ dàng đó chưa bao giờ thể hiện. Nhưng tôi phải đúng, đây là một người đàn ông thuộc chủng tộc của cô ấy. Cô mỉm cười nhẹ nhõm đột ngột và anh đáp lại nụ cười đó. Tiếng cười nhẹ của lur vang lên trong đầu họ.

" asti trong trí tuệ vô hạn của mình có thể nhìn xuyên qua nhiều thế kỷ. Memphir đã sụp đổ vì sự mềm yếu của nó và sự bất lương của người dân và những kẻ man rợ giờ sẽ có đường đến với vùng đất phía bắc. Nhưng với tôi thì dường như asti vẫn chưa được thực hiện với hoa văn anh ấy đang dệt ở đó. Cho mỗi người trong số các bạn, anh ấy đã ban cho cuộc sống thứ hai. Đừng khinh thường những món quà của asti , con gái của erb ! "

Một lần nữa varta cảm thấy dòng máu nóng dâng lên trên má mình. Nhưng cô ấy không còn cười nữa. Thay vào đó cô ấy suy đoán về những kẻ ngoại đạo.

Thậm chí không một thiếu nữ nào của ngôi đền có thể chịu được lệnh của những người cao nhất. Quà từ tay asti không dám vứt.

Phía trên sự bối rối của người lạ, cô nghe thấy tiếng cười khúc khích của con lừa.

Kết thúc.

www.ingramcontent.com/pod-product-compliance
Ingram Content Group UK Ltd.
Pitfield, Milton Keynes, MK11 3LW, UK
UKHW020137250726
13967UKWH00002B/703